ALAMAT ng BUTIKI

The Legend of the House Lizard

Kuwento ni / Story by
Rene O. Villanueva

Guhit ni / Illustrated by
Joel O. Chua

Inilathala ng Lampara Publishing House, Inc.

Unang limbag ng unang edisyon, 2007
Gawa at limbag sa Maynila, Filipinas

Isinalaysay ni Rene O. Villanueva
Guhit ni Joel O. Chua
Salin sa Ingles ni Boots S. Agbayani Pastor
Book Production: Edith Garcia

Ipinamamahagi sa Filipinas ng Precious Pages Corporation
83 Sgt. E. Rivera St., San Francisco del Monte, Quezon City 1115 Philippines
Tel. Nos.: (632) 367-6237 / (632) 414-6188 Fax No.: (632) 367-6222
E-mail address: lamparabooks@pldtdsl.net

Published by Lampara Publishing House, Inc.

First printing of the first edition, 2007
Printed in Manila, Philippines

Written by Rene O. Villanueva
Illustrated by Joel O. Chua
English translation by Boots S. Agbayani Pastor
Book Production: Edith Garcia

Exclusively distributed in the Philippines by Precious Pages Corporation
83 Sgt. E. Rivera St., San Francisco del Monte, Quezon City 1115 Philippines
Tel. Nos.: (632) 367-6237 / (632) 414-6188 Fax No.: (632) 367-6222
E-mail address: lamparabooks@pldtdsl.net
Distributed in the US by

www.philbooks.com
E-mail Address: philbooks@tatak.com
Tel. No.: (323) 828-2575 Fax No.: (323) 953-1878

ISBN 978-971-518-117-4

PARA SA MGA MAGULANG, GURO, AT TAGAPAG-ALAGA NG BATA

Bahagi na ng buhay at kultura ng mga Filipino ang alamat. Ang alamat, katulad ng mito, ay kuwentong nagbibigay-paliwanag sa pinagmulan ng isang bagay o kaganapan. Ang mga alamat at mito ay ginamit ng mga sinaunang Filipino bilang paraan ng pag-unawa sa kanilang kapaligiran.

Ang alamat na ito, na binigyan ng makabagong anyo ng isa sa mga premyadong manunulat ng mga kuwentong pambata ng ating bansa, ay tumatalakay sa pinagmulan ng butiki at nagbibigay-paliwanag kung bakit tuwing dapit-hapon ay "humahalik" ito sa lupa. Sa pagsasalaysay na ito, binibigyang-diin ng may-akda ang walang pag-iimbot at walang kapantay na pagmamahal ng isang ina sa kanyang anak; gayundin, tinatalakay nito ang mga isipin at mga damdaming maaaring lumukob sa katinuan ng isang tao, na dapat pangibabawan o pigilan sa mga oras na kinakailangan.

Sa pahina 32 ay mga gabay sa pag-aaral na maaaring gamitin upang mas maunawaan ng bata ang nilalaman at ibig ipakahulugan ng kuwento at para maitimo sa kanyang isipan ang aral at halagahang ibig nitong iparating.

TO PARENTS, TEACHERS, AND CAREGIVERS

Legends are a part of Filipino life and culture. Legends, like myths, are stories that explain the origins of things and occurrences. Early Filipinos used legends and myths as means of understanding their environment.

This legend, given a modern touch by one of the country's award-winning children's book writers, tackles the origin of the house lizard and gives an explanation why it "kisses" the ground at twilight. In telling the story, the author gives emphasis to a mother's unstinted and selfless love for her child; likewise, the story tackles the thoughts and emotions that might take over a person, which should be curtailed and overpowered when the occasion demands.

On page 32 are study guides that can help the child to fully comprehend the story and what it means, and at the same time to instill in his/her mind the moral lesson and values it is trying to impart.

Si Marina ang pinakamagandang babae sa buong bayan. Lahat ng binata sa malayong bayang iyon ay nanliligaw sa kanya. Taun-taon, siya ang Reyna Elena sa santakrusan.
Tuwing may palabas sa gabi ng pista, siya ang gumaganap na prinsesa.

Lahat ng lalaki ay nangangarap sa pag-ibig niya, kabilang si Tingarong, ang kampanerong kuba ng bayan.

Marina was the loveliest woman in town. All the men in that faraway town courted her. Every year, she reigned as Reyna Elena* at the santacruzan**. During the stage presentation on the night of the town's feast day, she always took on the role of a princess.

All the men dreamed of winning her love, including Tingarong, the town's humpbacked bell ringer.

*Reyna Elena—*Queen Helena, the leading muse in a santacruzan*
**santacruzan—*a procession of muses during a feast similar to the Mayflower festival in western countries*

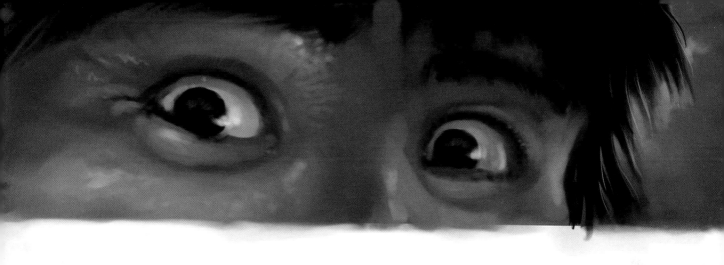

Tuwing kinakalembang ni Tingarong ang kampana, ang taginting ay parang paulit-ulit na pagbigkas niya sa pangalan ng pinapangarap na kagandahan. Tuwing Linggo, sumisilip siya mula sa simboryo ng simbahan, para tanawin si Marina habang nakikinig ng misa.

Every time Tingarong rang the church bell, the resonance of the ringing was like his repeated utterances of the name of the beauty he was dreaming of. Every Sunday, he would peek from the bell tower and gaze at Marina while she heard mass.

Minsan, sinubukan ni Tingarong na kausapin si Marina. "Ay, lumayo ka sa akin, kuba!" sigaw ng dalaga, parang diring-diri sa kampanero. Mabilis na lumayo si Tingarong sa dalaga para hindi sila mapansin ng mga taong pumapasok sa simbahan.

One time, Tingarong tried to talk to Marina. "Hey, stay away from me, you hunchback!" the lady yelled, squirming with disgust at the bell ringer. Tingarong quickly moved away from her so that the people entering the church would not take notice.

Pero hindi sapat iyon para masiraan ng loob ang kampanerong kuba. Gabi-gabi pa ring naiisip niya si Marina. Naisip din niyang handa siyang gawin ang kahit ano para sa pinakamagandang dalaga ng nayon. "Kahit ano!" sabi niya sa sarili, at lalong nilakasan niya ang pagkalembang sa kampana.

But that incident did not dampen the spirit of the humpbacked bell ringer. Every night he thought of Marina. He knew he was ready to do anything for the loveliest lass in town. "Whatever it takes!" he told himself, and he rang the church bell louder.

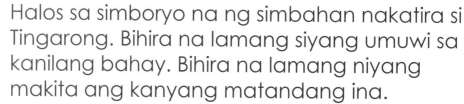

Halos sa simboryo na ng simbahan nakatira si Tingarong. Bihira na lamang siyang umuwi sa kanilang bahay. Bihira na lamang niyang makita ang kanyang matandang ina.

Sa kabila niyon, mahal na mahal ng kanyang ina si Tingarong. Nag-iisang anak niya si Tingarong.

Tingarong had practically made the church's bell tower his home. He seldom went home to his and his mother's hut. He barely saw his mother, who was getting old.

In spite of that, his mother loved him very much. He was her only child.

Isang araw, nabalitaan ni Tingarong na may sinagot na sa mga manliligaw niya si Marina, ang makisig na opisyal ng kanilang munisipyo, ang mestisong si Kapitan Pedro. Sa halip na masiraan ng loob, naisip ni Tingarong na kung makakausap lamang niya si Marina, maaagaw niya ang dalaga kay Kapitan Pedro!

"Handa akong gawin ang kahit ano para sa iyo!" sabi niya sa sarili, na parang kausap si Marina. "May kaya bang pumantay sa pagmamahal ko sa `yo?"

One day, Tingarong learned that Marina had chosen a fiancé from her suitors, the handsome mestizo officer from the municipal hall, Captain Pedro. Not losing hope, Tingarong concluded if only he could speak to Marina, he would be able to steal her from Captain Pedro.

"I'm ready to do anything for you!" he said to himself, as though he was talking to Marina. "Is there anything that can equal my love for you?"

Halos masira ang isip ni Tingarong sa kakaisip kay Marina. Unti-unti ring lumaki ang kanyang takot na baka pakasal si Marina kay Kapitan Pedro. Kaya isang gabi, habang pauwi ang kapitan mula sa bahay ni Marina, palihim na tinambangan niya ang opisyal. Bangkay na ang kapitan nang matagpuan kinabukasan.

Tingarong almost lost his mind thinking of Marina. He feared she would eventually marry Captain Pedro. So one night, while the captain was leaving for home from Marina's house, he secretly ambushed the officer. The captain's dead body was found the next morning.

Ngunit may nakakita pala kay Tingarong nang sundan niya si Kapitan Pedro. Hinuli si Tingarong at ikinulong. Umiyak si Marina sa kulungan. "Bakit mo ginawa iyon?" sigaw ng dalaga.

"Lahat ay gagawin ko para sa iyo!" sabi ng kampanero.

"Lahat pala, ha! Dalhin mo sa akin ang puso ng iyong ina!"

But someone saw Tingarong follow Captain Pedro the night before. Tingarong was arrested and jailed. Marina wailed hopelessly in prison. "Why did you do it?" she yelled at Tingarong.

"I'll do everything for you!" the bell ringer answered.

"Everything, huh! Bring me your mother's heart!"

Ilang gabing hindi nakatulog si Tingarong sa loob ng kulungan. Parang may kampanang kumakalembang sa kanyang tainga. Parang paulit-ulit na naririnig niya ang boses ni Marina. Maraming gabing napuyat siya sa pag-iisip kung paano siya makakatakas mula sa kulungan.

Isang hatinggabing maulan, nakapuslit siya sa dalawang naghihilik na tanod.

For several nights Tingarong was sleepless in prison. A church bell seemed to be ringing in his ears. He could hear Marina's voice over and over again. He spent many sleepless nights thinking of a way to escape from prison.

Then one night, during a heavy rain, he succeeded in slipping past the two snoring jail guards.

Nabigla ang matandang ina ni Tingarong nang makita niya ang anak. Mahigpit na niyakap niya si Tingarong. Inihahanda niya ang pagkain ng anak nang...

Tingarong's old mother was surprised when she saw her son. She hugged Tingarong tightly. She was busy preparing his dinner when...

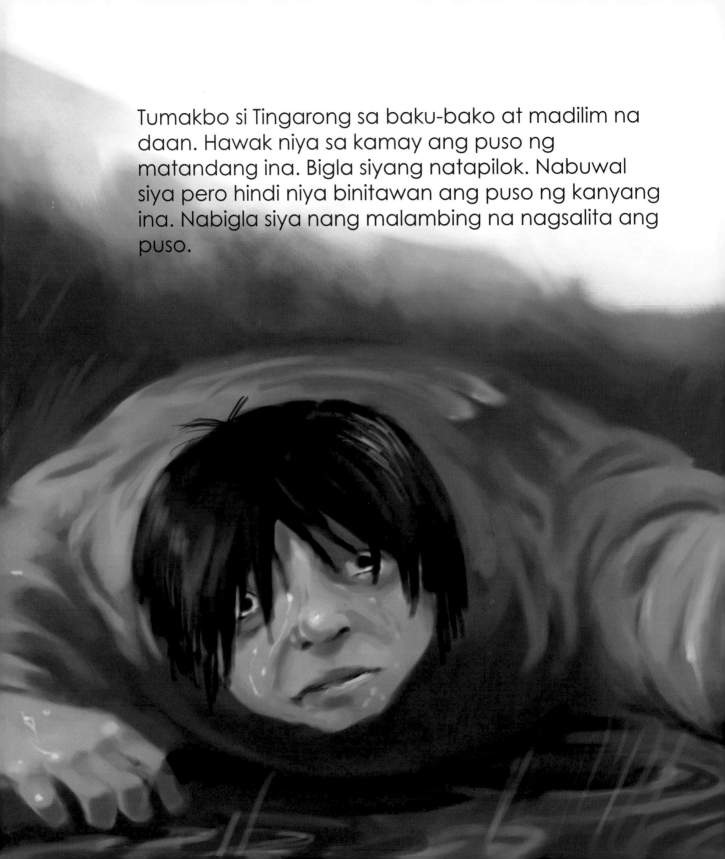

Tumakbo si Tingarong sa baku-bako at madilim na daan. Hawak niya sa kamay ang puso ng matandang ina. Bigla siyang natapilok. Nabuwal siya pero hindi niya binitawan ang puso ng kanyang ina. Nabigla siya nang malambing na nagsalita ang puso.

Tingarong ran down the dark rugged road. He held in his hand his mother's heart. Suddenly he tripped. He stumbled to the ground but he never let go of his mother's heart. He was stunned when the heart spoke to him with so much affection.

Nasaktan ka ba,
anak ko?

Were you hurt,
my dear child?

Nawalan ng malay si Marina nang makita niya ang duguang si Tingarong, na agad ding nasundan ng mga kawal. Dadalhin sana nila si Tingarong sa kulungan, ngunit kumidlat nang matalim. Tinamaan ng kidlat si Tingarong—na noon din ay nawala sa paningin ng lahat.

Marina fainted when she saw the bloodied Tingarong, who was immediately tracked down by soldiers. The soldiers were about to bring him back to jail, but a sharp lightning suddenly flashed. Tingarong was struck by the lightning—whereupon he vanished from everyone's sight.

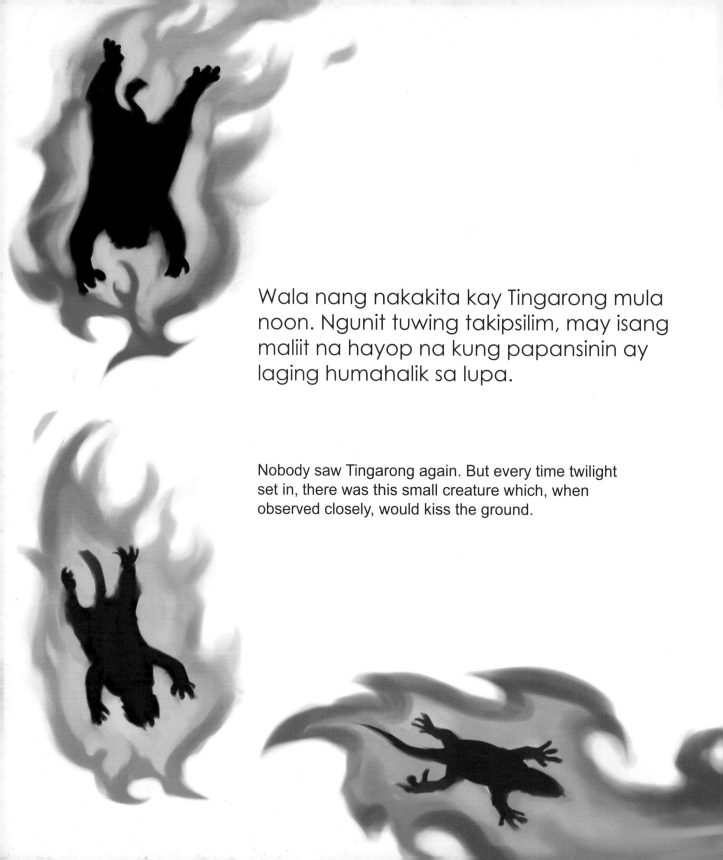

Wala nang nakakita kay Tingarong mula noon. Ngunit tuwing takipsilim, may isang maliit na hayop na kung papansinin ay laging humahalik sa lupa.

Nobody saw Tingarong again. But every time twilight set in, there was this small creature which, when observed closely, would kiss the ground.

Lingid sa lahat, ang kubang si Tingarong ang
hayop na iyon na kung tawagin ay "butiki."
Humahalik siya sa lupa tuwing pagsapit ng
dilim para pagsisihan ang malaking kasalanan
niya sa mapagmahal na ina.

Unknown to everyone, that creature was the hunchback Tingarong, which everyone came to call "butiki," the house lizard. The creature kisses the ground every time evening sets in to show his repentance from the crime he committed against his loving mother.

Handog ng Lampara Books para sa mga bata, magulang at guro ang pinakamatitingkad na mga kuwento mula sa kasalukuyang ani ng panitikang pambata sa Filipinas. Bawat kuwento ay maingat na nilikha ng mga umuusbong at premyadong Filipinong kuwentista at ilustrador ng mga kuwentong pambata. Tampok dito ang mga natatangi at kapana-panabik na tauhan, lugar, tema at karanasang inaasahang magniningas sa imahinasyon, damdamin at kaisipan ng batang mambabasa. Bawat aklat ay nakasulat sa dalawang wika—Filipino at Ingles, upang makaabot ito sa mas maraming mambabasa sa loob ng bansa at maging sa ibang panig ng daigdig.

Higit sa lahat, layunin ng Lampara Books na ang mga aral at halagahang matututuhan sa mga kuwentong ito ay magsisilbing tanglaw at patnubay ng mga batang mambabasa upang sila'y lumaking may pagmamahal sa aklat at pagbabasa, may paggalang sa sarili, kapwa at kapaligiran, at may pagkilala sa kanilang tungkuling maging mabuti at kapaki-pakinabang na miyembro ng lipunan.

Lampara Books brings to children, parents and teachers the brightest stories from the current harvest of children's literature in the Philippines. Each story is carefully crafted by budding and award-winning Filipino writers and illustrators of children's books. Featured here are unique and exciting characters, places, themes and experiences that will kindle the imagination, emotions and minds of the young reader. Each book is written in two languages—Filipino and English, to reach a greater number of readers here in the country and in other parts of the world.

More importantly, Lampara Books hopes that the lessons and values learned in these stories will serve as light that will guide young readers to grow up with a profound love for books and reading, a deep respect for themselves, for others, and for the environment, and a keen awareness of their roles as good and responsible members of society.

GABAY SA PAG-AARAL / STUDY GUIDE

1. Sinu-sino ang mga tauhan ng kuwento? Ilarawan sila at sabihin ang kanya-kanyang katangian. / Who are the protagonists in the story? Describe each one and enumerate his/her traits.

2. Ano ang pinakamimithing makamtan ni Tingarong? Ano ang kaya niyang gawin para dito? / What did Tingarong want most in his life? What would he readily do for her?

3. Ano ang naramdaman ni Tingarong nang malaman niyang nakapili na si Marina ng kasintahan sa mga manliligaw nito? Ano ang kanyang naisip at ginawa? / What did Tingarong feel after he learned Marina had chosen a fiancé from her suitors? What idea occured to him and what did he do?

4. Ano ang nararapat gawin ng isang lalaking maginoo kapag hindi niya nakamtam ang kanyang pinakamimithi? / What should a gentleman do if he does not get what he wants?

5. Ano ang hiningi ni Marina kay Tingarong bilang kapalit ng kanyang pag-ibig? / What did Marina ask from Tingarong in exchange for her love?

6. Ituro at basahin ang parte ng kuwento kung saan ipinakita ng matandang ina ni Tingarong kung gaano niya kamahal si Tingarong. / Identify and read the part of the story where Tingarong's old mother shows her deep love for Tingarong.

7. Paano naging butiki si Tingarong? Bakit humahalik ang butiki sa lupa tuwing takipsilim? / How was Tingarong turned into a house lizard? Why does the house lizard kiss the ground at twilight?

8. Banggitin ang mga bagay-bagay kay Tingarong na katulad ng sa butiki. Halimbawa, ang pagkalembang ni Tingarong sa kampana ay siyang huni ng butiki. / Enumerate the things about Tingarong that find equivalents in the features and ways of the house lizard. For example, the sound of the church bell as Tingarong rang it is equivalent to the sound the house lizard makes.

9. Anong aral at halagahan ang ibinabahagi ng kuwento? / What are the lessons and values derived from the story?

10. Isalaysay uli ang kuwento sa harap ng klase o mga kasambahay. / Retell the story before the class or family members.